ஆசை

டிஸ்கவரி புக் பேலஸ்

#6, மஹாவீர் காம்ப்ளெக்ஸ், முனுசாமி சாலை,
(பாண்டிச்சேரி கெஸ்ட் ஹவுஸ் அருகில்)
கே.கே.நகர் மேற்கு, சென்னை-600 078.
பேச : 044 48557525, +91 87545 07070

அண்டங்காளி

கவிதைகள்

ஆசிரியர்: **ஆசை**

Andankaali, a collection of poems in Tamil by Asai

D.Asaithambi©

Publisher: Discovery Book Palace
First Edition: January - 2021
ISBN: 978-93-89857-51-1
Pages: 88.
Book Design: Discovery Books Team

Discovery Book Palace (P) Ltd,
6, Mahaveer Complex, Munusamy Salai,
K.K.Nagar West, Chennai-600 078.
Ph: +91 - 44-4855 7525
Mobile: +91 87545 07070

E-mail: **discoverybookpalace@gmail.com,**
Website: **www.discoverybookpalace.com**

Rs. 100

இந்த நூலில் பிரசுரமாகியுள்ள எந்த ஒரு பகுதியையும் பதிப்பாளரின் எழுத்துபூர்வமான முன்அனுமதி பெறாமல் எடுத்தாள்வதோ, மறுபிரசுரம் செய்வதோ, மொழியாக்கம் செய்வதோ, அச்சு மற்றும் மின்னணு ஊடகங்களில் மறுபதிப்பு செய்வதோ, காப்புரிமைச் சட்டப்படி தடை செய்யப்பட்டுள்ளது. இந்த நூலிலிருந்து குறிப்பிட்ட பகுதிகளை மேற்கோள்காட்டி புத்தக விமர்சனம் செய்ய, ஊடகங்களுக்கு மட்டும் அனுமதி உண்டு.

உங்கள் மொபலில் போனிலிருந்து ஸ்கேன் செய்து டிஸ்கவரி புக் பேலஸின் மொபைல் ஆப்பை டவுன்லோடு செய்து, புத்தகங்களை வாங்குங்கள்.

நினைவு நூற்றாண்டு காணும் பாரதிக்கும்
ஆடும்கூத்தை நாடச் செய்த அன்னைக்கும்

ஆடுங்கூத்தை நாடியபோது...

என்னுடைய முந்தைய கவிதைத் தொகுப்பான ‘கொண்டலாத்தி’ வெளியாகிப் பத்தாண்டுகள் கழித்து இந்தத் தொகுப்பும் இதன் இணைத் தொகுப்பான ‘குவாண்டம் செல்ஃபி’யும் வெளியாகின்றன. ஒரு கவிஞரின் வாழ்வில் இது நெடிய வறட்சியாகவே கருதப்படும். என்றாலும், இடைப்பட்ட காலத்தில் நான் கவிதை எழுதாமலில்லை. எப்படியும் ஒரு முன்னூறு கவிதைகளாவது எழுதியிருப்பேன். கிட்டத்தட்ட ஐந்து தொகுப்புகளுக்குச் சமம். ஆனால், அவற்றைப் பற்றி மகிழ்ச்சிகொள்ள ஏதும் இல்லை என்றே நினைத்தேன், நினைக்கிறேன். கவிதை என்னை ஏமாற்றிவிட்டது என்றே இந்தப் பத்தாண்டுகளும் குமுறிக்கொண்டிருந்தேன். இது தனிப்பட்ட வாழ்க்கையிலும் பாதிப்புகளை ஏற்படுத்திக் கொண்டிருந்தது.

2019 வந்தது. ஒரு அசாதாரணமான சூழ்நிலையில் ஒரு ‘தூண்டல்’ நிகழ்ந்தது. அதைத் தொடர்ந்து பிப்ரவரியிலிருந்து மே வரை ஒரு நூறு நாட்களுக்குள் 200க்கும் மேற்பட்ட கவிதைகள் எழுதினேன், 40க்கும் மேற்பட்ட ஆங்கிலக் கவிதைகள் உட்பட. இந்தக் கவிதைகள் பெரும்பாலானவையும் ஒரு ‘அதீத’ மனநிலையில் பிறந்தவையே. கவிதை ஒரு அசாதாரண மனநிலையிலிருந்துதான் பிறக்கிறது என்றாலும் அதற்கும் அப்பாற்பட்ட ஒரு நிகழ்வாய் இதை நான் உணர்ந்தேன். அதற்கு எடுத்துக்காட்டுகளாக இந்தத் தொகுப்பின் கவிதைகளைச் சொல்லலாம். சிறு வயதிலிருந்து கடவுள் நம்பிக்கையற்றவனாக இருக்கும் நான் இதுபோன்ற கவிதைகளை எழுதியது

அதிசயமே. *(இந்தக் கவிதைகளை எழுதிய காலகட்டத்துக்குப் பிறகும் நான் கடவுள் நம்பிக்கையற்றவனாகவே இருக்கிறேன்).* இந்தக் கவிதைகளை எழுதும்போது ஒருவித 'ஸ்பெல்'லுக்கு ஆட்பட்டதுபோல் உணர்ந்தேன். இதை ஆன்மிகரீதியிலோ உளவியல்ரீதியிலோ எப்படி வேண்டுமானாலும் அணுகிக் கொள்ள சாத்தியமிருக்கிறது என்பதை உணர்ந்தே இதை எழுதுகிறேன். இதில் எந்தக் காரணமாக இருந்தாலும் கவிதை கவிதையாக இருக்க வேண்டும் என்பதுதான் முக்கியம்.

இந்தக் கவிதைகள் எழுதிய குறுகிய காலத்தில்தான் கடந்த 20 ஆண்டுகளில் நான் மிகவும் பரவசமாக இருந்தேன். அதீத விழிப்பு நிலையை உணர முடிந்தது. எல்லா உணர்வுகளும் அவற்றின் உச்ச நிலையில் என்னிடமிருந்து வெளிப்பட்டன. துளிகூட வக்கிரமற்றவனாக என்னை நானே உணர முடிந்தது மிகுந்த ஆனந்தத்தை ஏற்படுத்தியது. அதே நேரத்தில் முழு உடலும் ஒரு விறைத்த குறிபோல் காமம் அதன் தூய நிலையில் என்னுள் முழுவதும் பரவியிருந்தது. என் கண்ணில் படும் காட்சிகளிலெல்லாம் ஏதோ சங்கேதம் ஒளிந்திருந்தது, என் காதில் விழும் வார்த்தைகள் பலவும் அவற்றின் சாதாரணப் பொருளுக்கும் அப்பால் பொருள் கொண்டிருப்பதுபோல் தோன்றின. முந்தைய தொகுப்புகளில் இடம்பெறாத சந்தம் இந்தக் கட்டத்தில் எழுதிய கவிதைகள் பலவற்றிலும் இடம் பெற்றிருந்தது. இது எல்லாம் ஒரு நூறு நாட்கள்தான். இந்தக் கவிதைகளிலிருந்து காளி கவிதைகளைத் தனியாகப் பிரித்துக் கொடுத்தாலும் எல்லாக் கவிதைகளும் ஒரே மனநிலையின் வெவ்வேறு ஏற்ற இறக்கங்களின் வெளிப்பாடாகவே அமைந்தன.

இந்தக் கவிதைகள் எழுதிய காலகட்டத்தில் இவற்றைப் பற்றி அசாத்தியமான நம்பிக்கையும் பெருமிதமும் கொண்டிருந்தேன். கவிதைகள் நின்றுபோன பிறகு, அவற்றைப்

புரட்டிப்பார்த்தபோது நான் ஏமாற்றப்பட்டதுபோன்ற ஒரு உணர்வு ஏற்பட்டது. நண்பர்கள் ஒரு ஆறு மாதத்துக்கு இந்தக் கவிதைகளைத் திரும்பிப் பார்க்க வேண்டாம் என்று கூறினார்கள். நானும் அவர்கள் சொன்னபடியே நடந்து கொண்டேன். படைப்புகள் ஊற்றாய்க் கொட்டுவதாலே அவற்றின் மீது அதீத நம்பிக்கை கொள்வது ஆபத்தாய் முடிந்து விடும் என்று தோன்றியதால் இவற்றின் மீது விருப்புவெறுப்பற்ற பார்வை அவசியம் என்பதை உணர்ந்தேன். ஆகவே, சமகாலத் தின் முக்கியமான கவிஞர்களும் நண்பர்களுமான ஷங்கர் ராமசுப்ரமணியன், இசை, சபரிநாதன் ஆகியோரிடம் இந்தக் கவிதைகளைக் கொடுத்துக் கருத்து கேட்டேன். அவர்கள் சிரத்தை எடுத்துக்கொண்டு இந்தக் கவிதைகளைப் படித்துப்பார்த்து விமர்சனபூர்வமாகவும் நம்பிக்கையூட்டும் விதத்திலும் கருத்து தெரிவித்தார்கள். கவிதையில் இசைத்தன்மை சில இடங்களில் காலைவாரிவிடும் என்பது அவர்களின் பொதுக்கருத்தாக இருந்தது. அதை நான் கூடுமானவரை ஏற்றுக்கொண்டேன். நான் எதிர்பார்க்காத அளவுக்கு மூவருக்கும் பல கவிதைகள் பிடித்திருந்தன. இது என் தன்னம்பிக்கையை வலுப்படுத்தியது.

சிறுவயதிலிருந்து இன்றுவரை என்மீது வேறு யாரை விடவும் அதிகமாக தாக்கத்தைச் செலுத்திவருபவன் பாரதி. இந்தக் கவிதைகள் எழுதிய காலத்தில் அவனது 'ஊழிக் கூத்து' கவிதை யின் வரிகளை எனது உதடுகள் மந்திர உச்சாடனம்போல் உச்சரித் துக்கொண்டிருந்தன. அவனுக்கும் 'ஆடுங்கூத்தை நாடச் செய்த அன்னை'க்கும் நான் வாழ்நாளெல்லாம் நன்றிக்கடன் பட்டிருக் கிறேன்.

கல்லூரிக் காலத்திலிருந்து கடந்த 20 ஆண்டுகளுக்கும் மேலாக நான் பெரும்பாலும் நண்பர்களால் காப்பாற்றப்படுபவனாகவே இருக்கிறேன். அதுவும் இந்தக் கவிதைகள் எழுதிய காலகட்டம் ஒரே நேரத்தில் எனக்கு மகத்தானதும் மோசமானதாகவும்

இருந்தது. அப்போது என்னைக் கூடுதலாக அரவணைத்துக் கொண்டவர்கள் சமஸ், 'க்ரியா' ராமகிருஷ்ணன், டாக்டர் சீதா. நான் சந்தோஷமாக வாழ்வதன் மூலம் மட்டுமே அவர்களுக்கு நன்றி தெரிவிக்க முடியும். குறிப்பாக, 'க்ரியா' ராமகிருஷ்ணன் இந்தத் தொகுப்பு, இதன் இணை தொகுப்பான 'குவாண்டம் செல்ஃபி' ஆகிய இரண்டின் வெளியீட்டையும் பார்த்திருக்க வேண்டும் என்று மனம் இப்போது தேம்புகிறது.

இந்தக் கவிதைகளைப் படித்துப் பார்த்து எனக்கு நம்பிக்கை யூட்டிய கவிஞர்கள் ஷங்கர்ராமசுப்ரமணியன், இசை ஆகி யோருக்கும், படித்துப் பார்த்ததோடு ஆழமான மதிப்புரை ஒன்று எழுதித் தந்த சபரிநாதனுக்கும் நன்றி!

என் கூடவே இருபது ஆண்டுகளுக்கும் மேலாகப் பயணித்துக் கொண்டிருக்கும் நண்பர்கள் கார்த்தி, செந்தமிழுக்கு என்னு டைய அன்பு!

எனக்குத் தாக்கமும் ஊக்கமும் செலுத்திவரும் பெரும் படைப்பாளி பா. வெங்கடேசனுக்கு நன்றி! தம்பி ராஜனுக்குத் தனி நன்றி! புத்தகத்தை வடிவமைத்த நண்பர் வெ. பாலாஜி, பக்கமாக்கிய ஆஷா ஆகியோருக்கும் நன்றி! அட்டையை வடிவமைத்துத் தந்த ஓவியர் மணிவண்ணனுக்கும் புத்தகத்தை வெளியிடும் டிஸ்கவரி புக் பேலஸின் வேடியப்பனுக்கும் நன்றி!'

இந்தக் கவிதைகளை எழுதியபோது 7 வயது மகனைப் பார்த்துக்கொண்டு, வயிற்றில் இரண்டாவது மகன் நீரனையும் சுமந்துகொண்டு என்னையும் சுமக்க வேண்டிய பெருந்துன் பத்துக்கு ஆளான என் மனைவி சிந்துவுக்குப் பெரும் நன்றி!

மகன்கள் மகிழ் ஆதனுக்கும் நீரனுக்கும் அன்பு முத்தங்கள்!

கூடுவாஞ்சேரி   அன்புடன்

25-12-2020   ஆசை

காமத்தின் தாளமும் அகண்டகாரப் பின்புலமும்...

மனிதன் ஒழுங்கமைவைத் தேடுகிற உயிரினம். வடிவமைப்பைக் கணிக்கும் உள்ளுணர்வு அவனுக்கு இயல்பிலேயே வாய்த்துள்ளது. மழைக்காலம் முடிந்து குளிர்காலம். பிறகு கோடையும் கழிந்தால் மீண்டும் திரும்புகிற மழைக்காலம் என பருவங்கள் ஒரு நிரந்தரச் சுழற்சியை அறிவிக்கும் அதே நேரம் ஓர் உத்தரவாதத்தையும் அவனுக்கு வழங்குகின்றன. வசந்தம் மீள மரங்கள் பூச்சூடி நிற்கையில் நமக்குள் எழுகிற நம்பிக்கை, பரிணாமத்தின் ஒரு கட்டத்தில் அழகியல் உணர்ச்சியாக உருமாறி இருக்கக்கூடும். பஞ்ச காலத்திலும் கொள்ளை நோய் நேரத்திலும் நம்மில் தோன்றும் 'மழை வரும்' என்ற நிச்சயமும் 'இயல்புநிலை திரும்பும்' என்ற எதிர்பார்ப்பும் மிக ஆழமான இடத்தில் வேர்பிடித்துள்ளவை. அது உயிரியல்பாகவே நமக்குள் ஊறிப்போயுள்ளது. காரணம், வாழ்வின் நடனமான இச்சுழற்சியானது பல்லாயிரம் ஆண்டுகளாக மனித ஞாபகத்தில் ஓடிப் பதிந்துள்ளதுதான். இன்னும் நீட்டித்துச் சொல்வதென்றால், தொன்மங்களும் புராணங்களும் யுகங்களையும் பிறவிகளையுமேகூடக் காலச்சக்கரத்தில் மீளமீள வந்துசெல்பவை என ஆறுதல் அளிக்கின்றன. தவிர, கடும் குழப்பத்தை அறிவதற்கும் நமக்கு வடிவுருக்கள் தேவையாகின்றன. இந்த ஒழுங்கமைவின் தேட்டத்திலிருந்து பிறந்தவற்றுள் ஒன்றே தாளம் என்று நினைக்கிறேன். சொல்லப்போனால், எல்லா அறிதலுமே ஒரு வகையில் லயத்தை அறிவதுதான். தாளம் ஒரு காலக்கணக்கு எனில், நாம் உணரும் காலம் கூட தாளக்கணக்கு எனலாம்.

இசை, நடனம், கவிதை என எல்லாக் கலைகளும் தாளத்தின் இந்த உத்தரவாதத்தை, உத்வேகத்தை, சீர்மையின் அர்த்தத்தை, ஒழுங்கின் நிறைவை ரசிகர்களுக்கு அளிக்கின்றன. மிகச்சிறந்த

லயம் வாசகனை, கண நேரமெனினும், உயர் பிரக்ஞைக்கு அழைத்துச்செல்ல வாய்ப்புடையது என்கிறார் அரவிந்தர். இந்திய விமர்சன மரபில் சப்த அலங்காரம், அர்த்த அலங்காரம் என்ற இரண்டு வகைகள் சொல்லப்படுகின்றன. மத்தியகால அரசவைக் கவிதைகள் அளவுக்கதிகமாக சப்த அலங்காரங்களை அணிந்து நடக்க முடியாதபடி மூச்சுத்திணறத் தொடங்கியதைக் கண்ட நவீனத்துவம் அணிகலன்களைத் துறந்த நிர்வாணக் கவித்துவத்தை நோக்கி நகர்ந்தது. அப்படி திட்டமான யாப்பு வடிவங்களைத் துறந்து முன்னேறியபோது, கவிதை இழப்பது என்ன என்பது குறித்த பிரக்ஞை பல நவீன கவிஞர்களுக்கு இருந்துள்ளதைப் பார்க்கிறோம். அதைப் பேச்சுமொழியின் ஓசையொழுங்கைக் கொண்டும் லிரிக் கவிதைகள் வழியாகவும் அவர்கள் கடந்துள்ளனர். ஆங்கிலத்தில் ராபர்ட் ஃப்ராஸ்ட் மாதிரி, தமிழில் பிரமிள், ஞானக்கூத்தன் போன்று, ஓசை வடிவங்களைச் சற்று நெகிழ்த்திப் பயன்படுத்துவதைத் தொடர்ந்தோரும் இருந்தனர். இதைத் தாண்டி தற்சமயம் புத்துருவியல்வாதக் கவிதைகளும் (Neo-formalist poems) மேலை மொழிகளில் பரீட்சார்த்தமாக எழுதப்படுகின்றன. இப்படியாக இசைமையின் போதாமை உணரப்படும் இப்போதைய தமிழ்ச் சூழலில் ஆசையின் இத்தொகுப்பு சமகாலக் கவிதைகளின் செல்நெறியிலிருந்து பெரிதும் விலகி நிற்கிறது என்பதால் தனது தனித்துவத்தைக் கண்கூடாக முன்வைக்கிறது.

இருமுனை முடிவின்மையின்
நடுவெளி நர்த்தனம் நீ
தொடுஊழி தரையிறக்கும்
தத்தளிப்பு நீ
கடல்புரியும்
தாண்டவத்தின் தெறிப்பும் நீ
எரிஜோதி இடைபறக்கும்
கொடும்பறவை நீ

அனலுமிழும் கனல் மயக்கும்
பேய்ச்சிரிப்பு நீ
நாத்திகனின் கனவில் வரும்
நடனக்காளி நீ

என்ற வரிகளை எதிர்கொள்கையில் ஒரு புழுத்துளை வழியாக நாம் முற்றிலும் வேறொரு காலத்துக்குள் விழுந்துவிட்டதைப் போல உணர்கிறோம். இந்த உச்சாடன கதி அகவெளியின் சூட்டில் உருக்கொண்டு, இறுதியில் மொழியுருகி வழியும், அர்த்தங்களை அலட்சியப்படுத்திய ஒரு பித்தரங்கத்துக்குள் நுழைந்துவிடுகிறது. இந்த வரிகளுக்கு என்ன பொருள் என்று வாசகர் கோருகையில் அவர் மொழிக்குள்ளேயே தொலைய நேரிடும். ஏனெனில், அங்கே கவிஞனேகூட ஓசையால் கூட்டிச் செல்லப்படும் குருடனாகிவிடுகிறான், யாருமின்றி லயத்தின் மேல் பயணிக்கும் படகுபோல. இப்போது அவன் பார்வை நடைபாதையில் இல்லை; அது உள்ளேயோ வெளியேயோ வேறெங்கோ கற்பனாதீதத்தில் நிலைகுத்தி நிற்கிறது. இதற்கு அழுத்தம் சேர்க்கும் பொருட்டு இக்கவிதைகளின் திரைச்சீலையாக அன்றாடக் காட்சிகள் அன்றி அண்டம், கருந்துளை, காலவெளிக் கம்பளம், பாழ்வெளி எனப் பிரபஞ்சத்தின் இருண்ட பெரும்புறம் விரிக்கப்பட்டுள்ளது. காளியானவள் காலசொரூபிதானே.

கண்ணைத் திறந்துகொண்டு
காணும் காளியல்ல நீ
கண்ணை மூடினால்
விழிக்கோளத்துக்கும்
இமையடைப்புக்கும்
இடையே
இருள்தாண்டவம் ஆடுபவள் நீ
இருட்காளி

...

கண்மூடி நான் காணும்
இருளெல்லாம்
கண் திறந்தே காண வேண்டும்
வழிசெய்

அந்தகத்தை வேண்டிப் பெறும் கவிஞனைக் காண்கிற அதேநேரம் இதில் ஓர் உபாசகனையும் காண்கிறோம். இந்த உபாசகன் அன்னையை யாசிப்பவன் மட்டுமல்ல; அவளைச் சீண்டுபவனும் சபிப்பவனாகவும் இருக்கிறான். ஒரு மகனின் முழுவுரிமையையும் எடுத்துக்கொள்கிற உபாசகன். இத்தகைய தோத்திரத் தன்மையும் வரம்பற்ற இறைஞ்சல் தொனியும் கலந்து காலப் பொருத்தப்பாட்டுக்கு ஒவ்வாத விசித்திரப் படைப்பு களாக இவற்றை ஆக்குவதைக் கவிஞரே ஊகித்திருப்பார் என்று நினைக்கிறேன். ஒருவேளை அவர் எதிர்பார்ப்பும் அது தான்போல.

இவை கட்டின்மையும் ஒருவிதப் பீடிப்பும் கொண்ட கவிதைகள். இத்தகைய பித்துநிலை சொல்வழிப்படுகையில் மனவக்கிரங்களாகவும் வெளிப்படத் தயங்குவதில்லை. சில இடங்களில் இவை பிரக்ஞை வரம்பிடாத தன்னரற்றலாகவும், விளைவு கருதாத பைத்திய உளறலாகவும் படுகிறது. பல சமயம் உளவியல் கூறாய்வு செய்வதற்கான ஆர்வத்தை அடக்கிக்கொண்டேன் என்றே கூற வேண்டும். உதார ணத்துக்கு இந்நூலில் வருகிற, மேடையில் ஆடும் காளியைக் கீழமர்ந்திருந்து காணும் தனயன் என்ற பிம்பம் பல்வேறு அடக்கப்பட்ட பிராயத்து நினைவுகளைக் கொண்டுவருகிறது.

ஆடும் அன்னையே
நீ கால்தூக்கக்
குறிகண்டு
கண்மூடாப்
பிள்ளை நான்

...

எனைப் பாதியிலே
கொண்டுவந்து
பாழ்வெளியில்
தள்ளிவிட்டாய்
முட்டித்திறப்பேனோ நான்
நீ மூடிவிட்ட பெருங்கதவை

இந்நூலில் அரங்கேறும் பிரதான நாடகம் காளிக்கும் கவிஞனுக்கும் இடையிலானது. இந்த நாடகம் காளிதாஸன் தொட்டு பாரதி உட்பட பல கவிஞர்களின் வாழ்வில் நிகழ்ந்த ஒன்று. ஆசையும் தன் கவிதைக்குள் அதை நிகழ்த்திப் பார்க் கிறார். அரைச் சந்தத்தில் தோத்திர பாணியில் எழுதப்பட்ட கணிசமான கவிதைகளில் பாரதி பாடல்களின் எதிரொலிப்பு கேட்கிறது (அன்னை அன்னை, பேயவள்காண் எங்கள் அன்னை), ஆங்காங்கே கண்ணதாசனின் தாக்கமும் தென் படுகிறது (பார் சிவனே).

பக்தி இலக்கியங்கள் சிவன், விஷ்ணு என்ற ஆண் பெருந் தெய்வங்களை ஒட்டி எழுதப்பட்டவை. சாக்த மரபிலும் இத்தகைய பாடல்கள் இருப்பினும், தாந்திரீக மார்க்கத்தில் மைய இடம் பெற்றிருந்த காளி எனும் பெண் தெய்வம் மீதான பாடல்கள் வங்காளத்தில் 18ஆம் நூற்றாண்டு வாக்கில் எழுதப்பட்டதாகச் சொல்லப்படுகிறது. 'சாக்த பாதவளி' என்ற இவ்வகைமையில் தாந்திரீகக் கூறுகள் கூர் நீக்கப்பட்டு மெல் லியல் படைத்துப் பொதுவெளிக்குள் நுழைந்தன என்கின்றனர். இதில் காளி பல்வேறு மனிதாய உணர்வுகளுக்கும் உறவு நிலை களுக்கும் ஆளாகிறாள்.பெரும்பாலும் அன்னையாக, சிலபோது காதலியாக, போற்றப்பட்டு, வணங்கப்பட்டு, சீண்டப்பட்டு, சில நேரம் மிரட்டவும் படுகிறாள். இத்தகைய தன்மையை ஒத்த கவிதைகளை இத்தொகுதியில் பார்க்கலாம்.

தெண்டத்துக்குத்
தீ வளர்த்தாய்
தெருத்தெருவாய்
தேரிழுத்தாய்
உண்டசோறு
செரிப்பதற்கு எமை
உருட்டிவிளை யாடுகின்றாய்
கண்டகருமாந்திரத்தையும்
காலமென்று கூட்டிவர
மண்டைபெருத் தாடுதடி
மதிமயங்கச் செய்யுதடி-உன்
அண்டப்புளுகு நாங்கள்
அவசரத்துக்குப்
பெத்துப்போட்டாய்

இதில் மகிமைக்கும் போற்றுதலுக்கும் ஒவ்வாத அப்பட்டமான அவமதிப்பு தொனி அல்லது மரியாதையின்மை உள்ள தைக் காணலாம். இது ஏறத்தாழ இத்தொகுப்பு முழுக்க ஒலிக்கிறது. அதே நேரம் சைவ மரபில் முக்கியப் படிமமான கூத்து, முன்னொரு காலம் ஐயனின் நடனத்தைக் காண விரும்பிய மூதாட்டியின் பெருவிருப்பம், ஒற்றை முலை, காளியவள் களிநடனம் என தமிழ் இலக்கியப் பரப்பில் கண்பட்ட சில படிமங்களைத் தவிர, தனிப்பட்ட தாந்திரீகத் தின் குறியீடுகளோ படிமங்களோ தாக்கமோ இவற்றில் காணப்படுவதில்லை. பதிலாக, தடைக்கட்டுகள் நிலவும் சமூக சரிநிலைகளையெல்லாம் மீறி இங்கே அன்னை தேவியாகிறாள்; தேவி அன்னையாகிறாள். முலை, முலைப்பால், யோனிவாசல் என அன்னையோடு தொடர்புடைய யாவும் தேவியோடும் தொடர்புடையவை என்பதால் இம்மயக்கநிலைப் பிராந்தி யத்தை இக்கவிதைகள் பயன்படுத்துகின்றன. பக்தியைக் காமத் தின் மொழியிலும் காமத்தை பக்தி வழியாகவும் சொல்லிப் பார்த்த பாரம்பரியம் உண்டுதானே நமக்கு. அர்த்தமாக்கல்

மட்டுமல்ல, புனிதமாக்கலும் கலையை வாகனமாகக் கொண்டதுதான்போல.

இக்கவிதைகளின் எரிபொருளாக உள்ளது காமம். வழக்கமாகக் காமம் சார்ந்து எழுதப்படும், இன்பப் பரவசத் தையும் காதலின் கிறக்கத்தையும் வெளிப்படுத்தும் மென்மை யான கவிதைகள் போலன்றி இவற்றில் மூர்க்கமும் கரைதல் விருப்பமும் நிரம்பியுள்ளன. நீர்ச்சுழலில் விழ விரும்பி நீந்தும் ஒருவரைப் போலத் தெரிகிறார் கவிதைசொல்லி. உடலே குறியாக விறைப்பதாகவும் இப்பேரண்டத்தைக் காளியின் உயவுநீர் விளையாட்டாகவும் காணும் கவிஞர்,

குறிபிடித்துக் கூட்டிச்செல்லடி
என்னை
உன் குறியாளும்
பெருமேடைக்கு

என்று வேண்டுகிறார். இக்கவிதைகளில் ஒரு 'நானும்' ஒரு 'நீ'யும் வசிக்கின்றன. அவை சிலநேரம் கவியாகவும் காளியாகவும், சிலநேரம் சேயாகவும் தாயாகவும், சிலபோது காதலன் காதலி யாகவும், கணவன் மனைவியாகவும் விளங்குகின்றன. ஆனால், எப்போதும் அது ஓர் ஆணும் பெண்ணுமாகவுமே அமைகிறது என்பதைக் கவனிக்க வேண்டும். ஆனால், பெண்ணுக்கு இங்கு ஒரு நிலையான பாத்திரமே வழங்கப்பட்டுள்ளது. அவள் பேரன்னையாகவும் வரமளிக்கும் பேய்க்காளியாகவும் உறைந் திருக்கிறாள். ஆணே கிடந்து அலைக்கழிபவனாகவும் தஞ்சம் கேட்பவனாகவும் உழல்கிறான். எனவே, இக்கவிதைகள் பெரும் பாலும் தனது ஆண்தன்மையை பங்கமின்றி அப்பட்டமாக எடுத்துரைப்பவையாகவும் உள்ளன எனச் சொல்லலாம். அதே நேரம் ஆசாரமான ஒரு வாசகருக்கு இத்தொகுப்பு மர்ம ஸ்தானங்களின் மணம் வீசும் வஸ்துவாகத் தோன்றினால் ஆச்சரியப்படுவதற்கில்லை. ஆனால், இவ்வரிகளையும் இவற்றை

எழுதிய மனக்கொந்தளிப்பையும் இவற்றுள் புதைந்துள்ள மனரகசியங்களையுமே நான் புரிந்துகொள்ள முயல்கிறேன். ஏனெனில், இங்கு உடல் மட்டும் இருக்கிறது. உணர்ச்சி தாளமாகி அதுவே மனமாகிறது. மனம், வெறுமனே உடலின் மொழி பாய்ந்து கொப்பளிக்கும் செயலாகிறது.

அதேநேரம் இந்தப் பாலியல் சுட்டடல்களும் காமத் தணலும் சுகிப்பின் பரவசத்தைப் பேசுவதைவிட நிலைகுலைவையும் உள்ளொடுங்குதலுக்கான விருப்பத்தையும் பேசுவதாகவே படுகிறது. வெப்பமிக்க ஆங்காரம் ஒலிப்பினும் இவை அடிப்படையில் இருத்தலியல் பதைப்பின் விசித்திர வெளிப்பாடுகள்தானோ என்ற ஐயமும் ஏற்படுகிறது. ஈரோஸ் இயங்குவது போல தானடோஸும் இயங்குகிறது. இனம்புரியாத விருப்புறுதியும், இல்லாதொழிவதற்கான ரகசிய ஆசையும் சேர்ந்தே வினைபுரிகின்றன. யோனி வழியே மீண்டும் திரும்பிச்செல்லும் ஆசையைப் பல இடங்களில் போலவே இக்கவிதையிலும் காணலாம்:

சூனியம் பிளந்தவளே
அதைச் சுத்தியலால் அடித்தவளே
சுண்டி இழுத்தவளே
எடுத்த இடத்தில்
வைத்துவிடடி
என்னை

தாந்திரீக மரபிலிருந்தே மனித உடலை அண்டத்தின் நுண்வடிவ மாதிரியாகக் காணும் போக்கு தொடங்குகிறது. முன்பு வைதீக, அவைதீக மரபுகளின் சந்நியாச வலியுறுத்தலுக்கும் தேக ஒறுப்புக்கும் மாறாக தாந்திரீகத்தில் உடலும் உறவும் மையமாக இடம்பெறுகின்றன. அத்வைத ஒருமைக்கும் சூன்யத்துக்கும் பதிலாய் இருமையும் துய்ப்பும் முன்வைக்கப்படுகின்றன.

பற்றிலிருந்து விடுதலை எனும் பெரும் பாதையில், பற்றின் வழி விடுதலை என்பதாய் நிகழ்த்தப்பட்ட இவ்விடையீடு உலகியலின் சார்பாகச் சமநிலையைப் பேண ஒரு சாத்தியத்தை வழங்கிற்று எனலாம்.

சமகாலத்திய நவீன மனம் கொண்ட வாசகருக்கு இக் கவிதைகள் எந்த அளவுக்குப் பொருத்தப்பாடு கொண்டிருக் கும் என்பது பெரிய கேள்வி. கட்டற்ற தன்மையானது வடிவ மைதியை மட்டுமின்றி சில கவிதைகளில் வெளிப்பாட் டையுமே சிதைத்துள்ளதாகப் படுகிறது. மேலும், ஓசையின் உத்வேகத்தை நம்பி எழுதப்படும் கவிதைகளுக்கு நேரும் அசம்பாவிதங்கள் பலவும் இங்கு நிகழ்ந்துள்ளன. லயமும் கவித்துவ உத்வேகமும் கலந்து அபாரமாகத் தொனிக்கும் கவிதைகளின் அருகிலேயே சிலது வெடிக்காமலும் சிலது வெறும் வெடிச் சத்தமாகவும் முடிந் துள்ளன.

நிலையற்ற பீடிப்பும், சந்தக் கட்டும், துதித் தன்மையும், தாந்திரீக சாயலும், காமக் கடுப்பும், அகண்டகார பின்புலமும் கூடி நினைவுகூர இயலாத ஒன்றை ஞாபகப்படுத்தும் விநோத மான கலவையாகக் கூடிவந்திருக்கிறது இக்கவிதைத் தொகுதி. ஆசையின் முந்தைய தொகுதியைப் போலவே இதுவும் வாசிப்பனுபவத்தில் ஒரு தனித்துவமான நூலாக விரியும் என எண்ணுகிறேன்.

சபரிநாதன்

சபரிநாதன்: சமகாலத் தமிழ்க் கவிகளில் முக்கியமானவர் களில் ஒருவர், '**களம்-காலம்-ஆட்டம்**', '**வால்**' ஆகிய கவிதைத் தொகுப்புகளின் ஆசிரியர். '**வால்**' தொகுப்புக்காக 'யுவபுரஸ்கார்' விருது பெற்றவர்.

நன்றி

ஆரம்ப காலத்திலிருந்து வெவ்வேறு தருணங்களில் வெவ்வேறு வகைகளில் ஊக்கமளித்துவந்திருக்கும்...

மறைந்த சி.மணி, வெங்கட் சாமிநாதன், தேனுகா ஆகியோருக்கும்

எஸ்.வி.ராஜதுரை, தியடோர் பாஸ்கரன், ஆர்.ராஜகோபாலன், தங்க.ஜெயராமன், விக்ரமாதித்யன், இமையம், மனுஷ்ய புத்திரன், சாரு நிவேதிதா, எஸ்.ராமகிருஷ்ணன், ரவிசுப்பிரமணியன், பூமா ஈஸ்வரமூர்த்தி, பழனிபாரதி, ராஜா சந்திரசேகர், குலசிங்கம், அனார், ராணிதிலக், பறவையியலாளர் ப.ஜெகநாதன் உள்ளிட்டோருக்கும்

கவிதைகள்

1.	புதிரான தீயை அசைக்கிறாய்...	23
2.	உணர்புணர் கருவியே...	24
3.	பேயவள் நீ...	25
4.	பேயவள்காண் எங்கள் அன்னை...	26
5.	யட்சி யட்சி யட்சி...	27
6.	ஆடும் அன்னையே...	28
7.	உலகம் அழிப்பேன் நான்...	30
8.	உடல் தெறிக்க வை...	31
9.	அன்னை அன்னை ஆடுங்கூத்தை...	32
10.	பிரபஞ்சப் பெருமுலை திரட்டி...	33
11.	அடங்காப் பிடாரி ஆகாசக்காளி...	34
12.	நாறத்தலைவிரித்து நாலாத்திசையும் கண்ணுருட்டி...	37
13.	இருமுனை முடிவின்மையின்...	38
14.	பேய்க்கவி: நானும் வேடிக்கை பார்ப்பவன்தான்...	39
15.	குறியால் நினைக்கிறேன் உன்னை	40
16.	விந்துத் தெறிப்பிலுன்...	41
17.	கண்ணைத் திறந்துகொண்டு காணும் காளியல்ல நீ...	42
18.	கொல்லுங் காளி பார்த்ததுண்டு...	43
19.	கருந்துளைக் காளி காரலங்காரி...	45
20.	தெண்டத்துக்குத் தீ வளர்த்தாய்...	46
21.	நிற்க இடமில்லை...	47
22.	பேய்க்கவி: குண்டலினியில் நீ...	48
23.	முடிவின்மை வரை மட்டுமல்ல...	49
24.	பத்ரகாளி படமெடுத்தாடும் தீலி...	51

25. இப்போதுதா னுணர்கிறேன்...	52
26. நீ நான் பார்க்குமிடெமெல்லாம்...	53
27. ஆனந்தக் கழிப்பறை சென்றாள் அன்னை காளி...	54
28. துர்கணமோ நற்கணமோ...	55
29. ஆடிடும் ஆட்டம் அமுது கடை ஆட்டம்...	56
30. கொல்லும் கவியைக் கொறிக்கும் விழியைப்...	57
31. உனக்கேன் இந்த வேலை...	58
32. எனக்கும் வாய்த்திருக்கிறாளே பொண்டாட்டி...	59
33. ஒற்றைவிதி ஒளி மேடையில்...	63
34. காளீநீ ஆடும் ஆட்டம்...	65
35. இப்போதுதான் கவனித்தேன் காளி...	66
36. இன்றுன் பிள்ளையாய்த் துயில்கிறேன்...	68
37. அம்பாளுக்கு வயது...	70
38. ஆத்தாளை புவியடங்கக் காத்தாளை...	71
39. ஏ பேயே பேயே பேயே...	72
40. குறியடியில் உன் ஆட்ட மேடை...	73
41. காளியுனக்கென்மேல்...	74
42. காளி நீ இந்தப் பேரண்டத்தின்...	76
43. அம்மை உன் யோனிமேட்டில்...	77
44. அண்டங்களவாணி எங்கிருந்து எடுத்துவந்தாய்...	79
45. தங்கமே உன் தனியிருப்புத்...	80
46. அனல்கொங்கை ஆட்டக்காரி நீ...	81
47. காளியவள் களிநடனம்...	83
48. பார் சிவனே மீனாளின் குங்குமத்தைத்...	84
49. முன்னாதியில் உட்கார்ந்துகொண்டு...	87
50. பார்த்த சுடரே...	88

புதிரான தீயை
அசைக்கிறாய்

புலப்படாத நிழலுக்குள்ளிருந்து
எப்போதும் புறப்படுகிறாய்

கண்கோளம் பொதிந்த
குழியின் பார்வையாய்ப் பார்க்கிறாய்

வெம்மை விரித்த
படிக்கட்டில் ஏறவுன் நிழல் மட்டும்
அனுப்புகிறாய்

கொற்றவை
கொற்றவை
உன் கொடுங்கனலால்
எனைப் பற்ற வை
பற்ற வை

●

உணர்புணர் கருவியே
என் உளம்புணர்ந்தென்ன
சுகித்தாய்

தொடைநடு கருங்குளவியே
எதைத் துளைத்து
வெளியேறுவாய்

வதைவிதை பெருமழையே
விழுந்தெழுந்
தெங்கு செல்வாய்

வழியழி நடைவிரைவே
திரும்பினால் நீ
காண்பதென்ன

திசைப்பசை திரிகுயிலே
விளைந்த பாட்டின்மேல்
பறந்துசெல்வதென்ன

●

பேயவள் நீ

பேரண்டத்தைப் பிறப்பிக்கப்
பெருநடனம் புரிகிறாய்

தாயவள் நீ

கர்ப்ப சிசுவுக்கும்
கன்னத்து முத்தமிடுகிறாய்

மாயவள் நீ

மரணத்தின் மேல் நின்று
மதிநுட்பம் செய்கிறாய்

தூயவள் நீ

தும்பைக்குள்ளிருந்தே உலகைத்
துலங்க வைக்கிறாய்

தீயவள் நீ

நீறு ஆக்கிப்
பூசிக்கொள்கிறாய்

பேயவள்காண் எங்கள் அன்னை
பிறப்பறுக்கும் பெருஊழி
தாவும் மனமேறி
தாளமிடுமொரு மந்தி
ஊறும்சுவை விரட்டி
முன்சென்று நுகர்பவள்
பாயும்நதி மூடும்
பாழ்வெளிப் போர்வையவள்
சீறும்ஒளி சொடுக்கி
சீழ்க்கை அடிப்பவள்
நாறும்மலர் தெறிக்கும்
நர்த்தனங்கள் காட்டுபவள்
ஏறும்ஒலி முடக்கி
ஏகாந்தம் செய்பவள்
தூறும்விதி ஒழுகும்
தூமைதரு பேரெழிலாள்
ஆடும்நிலை விரித்து
அண்டமிடும் அற்புதமே
தேடும் விழிகளைத்
தேய்க்கும் ஒளி அருள்வாயே

●

யட்சி யட்சி யட்சி
யவ்வனப் பெருவிதியே
யட்சி யட்சி யட்சி

காலைப் பிடித்திழுத்துச்
சுற்றியேறி
குறிபடரும் கொடியே
யட்சி யட்சி யட்சி

கொவ்வைக் குறுமுலையின்
குமிழ் வெடிப்பே
யட்சி யட்சி யட்சி

காணும் படவரவின்
நிழல் மறைவே
யட்சி யட்சி யட்சி

ஊனும் வேல்நுனியின்
உள்திகைப்பே
யட்சி யட்சி யட்சி

ஓடும் செங்குருதி
செல்வழியின் செவ்வனப்பே
யட்சி யட்சி யட்சி

மூடும் என்னுடலை
மூர்க்கம் கொண்டு
முட்டித் திறக்கும்
உள்வெடிப்பே
யட்சி யட்சி யட்சி

●

ஆடும் அன்னையே
நீ கால்தூக்கக்
குறிகண்டு
கண்மூடாப்
பிள்ளை நான்
எனை ஊதி
வெளித்தள்ளிய
உலைத்துருத்தி
வாய்கண்டு
வாய்பிளந்து
நிற்கிறேன்

எனைப் பாதியிலே
கொண்டுவந்து
பாழ்வெளியில்
தள்ளிவிட்டாய்
முட்டித்திறப்பேனோ நான்
நீ மூடிவிட்ட பெருங்கதவை

அன்னையுன்
யோனிகண்டும்
அடிவயிற்றில்
துடித்தெழும்பும்

முட்டித்திறப்பதற்குத்
தலையிருக்கக்
குறிதந்தாய்
கொடியவளே

எந்தத் திறப்பென்னை
உள்ளிழுத்து
உனைச் சேர்க்குமென்று
மொத்த உடலையும்
குறியாக்கி
முட்டித்தவிக்கிறேனடி
எனைச்
சொட்டி வடித்தவளே

●

உலகம் அழிப்பேன் நான்
உன்மத்தம் திறப்பேன் நான்

ஓங்கிய கதவடைத்து
ஓழிவுநிலை கொள்வேன் நான்

பாதிப் பிறப்பைச் சுமந்து
மீதிப் பிறப்பைத் தேடுவேன் நான்

உடலுக்குள்ளே நீச்சலடித்து
ஓதுங்கியேறிச் செல்வேன் நான்

புள்ளியதைத் தாண்டிச் சென்று
புள்ளினமாய் வருவேன் நான்

●

உடல் தெறிக்க வை
உதிரமெடுத்துக் குடி
குறியெடுத்துக் கொறி
ஒன்றுமில்லாமல்
போனபின்
கொப்பளிக்க வை
குமிழ் திறக்க வை

●

அன்னை அன்னை
ஆடுங்கூத்தை நாடச் செய்தாய்
என்னை என்னை*

முன்னை பிறப்புக்கும் முன்னே
உன் மோகக்கதவு திறக்கும் முன்னே
எங்கே வைத்திருந்தாய் என்னை

பாதிப்பிறப்பு தந்தாய்
உடலே ஒரு காலாய்
இப்பிறப்பில் நடக்கிறேன்
மீதிப்பிறப்பின் ஒரு கால்
நடப்பது எங்கே
நடுக்கோடு எங்கே

அங்கொன்றும் இங்கொன்றும்
அகலக்கால் வைக்கையிலே
தொங்கும் குறியெழுந்து
காட்டும் திசை நீயோ

நடுக்கோட்டில் நிற்பவளே
நர்த்தனங்கள் செய்பவளே
இப்பாதிக்கும் அப்பாதிக்குமென
இருமுலை கொண்டவளே
யோனி இருட்டே
ஆதி இருட்டே

அன்னை அன்னை
ஆடுங்கூத்தை நாடச் செய்தாய்
என்னை என்னை

●

---

*பாரதியின் 'ஊழிக் கூத்து' கவிதையின் வரிகள்

பிரபஞ்சப்
பெருமுலை திரட்டி
ஒற்றைக் காம்பின் வழி
அமுதூட்டு அம்மா

குவிந்த வுன்
முலைகளும்
குவிந்த வென்
உதடுகளும்
ஒரு பறவைப்
சிறகுகள்தானம்மா

இல்லாத புள்ளிவழி
பிதுங்கிவந்த
இப்பிரபஞ்சமே
நீ திரட்டிக் குவித்துப்
பீய்ச்சிய பால்தானம்மா

என் குறித்திசை
நீயம்மா
குவிந்த உதடுகளின்
பால்திசை
நீயம்மா

ஆடுகிறாய்
அம்மா
உன்
ஆட்டத்தில்
சொரியும்
பால்தானம்மா
நான்

●

அடங்காப் பிடாரி
ஆகாசக்காளி
ஏசப்பா பாரடி
எத்தனை சாந்தம்

பேயுறிஞ்சி
பிணந்தின்னி
பொய்க்கோலக்காரி
பொருத்தமுண்டோடி
உனக்கும்
மனுக்குமாரனுக்கும்

குத்தக் குத்த வருகிறாய்
அரட்டிஉருட்டிக்
கேட்கிறாய்
காதல் மொழி
பேசுகிறாய்
நைச்சிய நாடகம்
பண்ணுகிறாய்
ஓடிப்போ இங்கிருந்து
ஓடுகாளி

கேட்டால் தலைகூட
கொடுப்பவர் அவர்
உனக்குக் காதலையும்
கொடுத்தாலும்
கொடுத்துவிடுவார்

உன்னை மணந்துகொண்டு
ஊரூராய்த் திரிந்தபடி
சுடுகாடு தேடுவதா
அவர் வேலை

உனக்குப் பொருத்தமாய்
சிவனிருக்க
இவர் தேடி வாராதே

பேயாட்டம் நீயாட
உடுக்கை அடிப்பதா
இவர் வேலை
நீ கேட்டாலதை
அடித்தாலும்
அடித்துவிடுவார் பாவம்

அட காலக்கொடுமையே
உன் கண்றாவிச் சிரிப்புக்கும்
கண்மயக்கம்
கொள்கிறாரே

என்ன மனுக்குமாரன் இவர்
ஏய்ச்சு வேலைக்கும்
இரக்கம் கொள்கிறாரே

கள்ளச்சிறுக்கி
கபாலப்பொறுக்கி
நீ ஆடும்
ஆட்டத்துக்கு
அளவேயில்லையா
தலைவெட்டித் தறுதலையுன்
தாளத்துக்கும்
ஆடவைத்துவிட்டாயே
அவரை

சிலுவைக்கு நேரமாச்சு
விட்டுவிடு என்றால்
இப்படியா ஆடுவாய்

திசைதெறிக்கச்
சாடுவாய்

அண்டம் உடைக்காதேடி
ஆகாசம் கலைக்காதேடி
அண்டப்புளுகி உன்னன்பு
அருவருப்பாய் இருக்குதடி

இவரென்ன கொடுமை
சிலுவைக்கும் இரங்குகிறார்
சில்லறைச் சிறுக்கிக்கும்
இரங்குகிறார்

எப்படியோ போங்கள்
எங்கேயோ தொலையுங்கள்
இப்படியொரு
கருமாந்திர ஜோடிக்கா
பிள்ளைகளாய்ப்
பிறக்க வேண்டும்
நாம்

●

நாறத்தலை விரித்து
நாலாத்திசையும்
கண்ணுருட்டி
தான்வேகும்
கொடுங்கனலை
அண்டங்கொதிக்க
அடிப்பற்ற வைத்து
கோரத்தாண்டவம்
கொற்றவை நீ
ஆடித் தெறிக்கும்போது
அஞ்சாமல் நிற்பேனோ
ஆகாசந்திறக்கும்
அன்னை அன்னை அன்னை
என்ன செய்தாய்
என்னை என்னை என்னை

இருமுனை முடிவின்மையின்
நடுவெளி நர்த்தனம் நீ
தொடுஊழி தரையிறக்கும்
தத்தளிப்பு நீ
கடல்புரியும்
தாண்டவத்தின் தெறிப்பும் நீ
எரிஜோதி இடைபறக்கும்
கொடும்பறவை நீ
அனலுமிழும் கனல் மயக்கும்
பேய்ச்சிரிப்பு நீ
நாத்திகனின் கனவில் வரும்
நடனக்காளி நீ

●

பேய்க்கவி:

நானும் வேடிக்கை பார்ப்பவன்தான்
அன்னை அடங்காப்பிடாரி
நாத்திகனிடம் வந்து
நர்த்தனமாடுகிறாள்

பேய்க்காளி:

நாத்திகனின் கவிதைகள்
தேவியின் பார்வையிலா
பட வேண்டும்
இப்போதவள்
பக்ஷணமாய்
அத்தனையும்
வேண்டும் என்கிறாள்

எவ்வளவு கவிதை தந்தாலும்
ஒரே மடக்கில்
குடித்து முடித்து
தலைமயிர் பிடித்து ஆட்டி
பித்தா பிறைசூடியே
இன்னும் கொண்டுவா
கவிதை என்கிறாள்

பேய்க்கவி:

தருவான் தருவான்
நிறுத்தினால்
தாங்காதடி
உன் வெம்மை
என் அம்மை

●

குறியால் நினைக்கிறேன்
உன்னை
குறியால் தொழுகிறேன்
உன்னை
குறியால் உணர்கிறேன்
உன்னை
குறிகோடி படைத்துத்
தறிநெய்பவளே
குறிபிடித்துக் கூட்டிச்செல்லடி
என்னை
உன் குறியாளும்
பெருமேடைக்கு

●

விந்துத் தெறிப்பிலுன்

வினை வடிவம் காட்டுகிறாய்
ஆதார இருளுணர்த்தும்
குளிரள்ளித் தெளிக்கிறாய்
விந்தை உருவாக்கி
விந்தை உள்வாங்கி
அன்னை நீ புரியும்
அருள்கோலத்தில்
வந்து விழுந்த துளியென்னை
வாங்கிக்கொள் மறுபடியும்

●

கண்ணைத் திறந்துகொண்டு
காணும் காளியல்ல நீ
கண்ணை மூடினால்
விழிக்கோளத்துக்கும்
இமையடைப்புக்கும்
இடையே
இருள்தாண்டவம் ஆடுபவள் நீ
இருட்காளி

உன் இருட்கோலம்
தடவிய விழிக்கோளம்
இமைதிறக்கக் காணும்
காட்சியெல்லாம் பூணும்
பொருட்கோலம் நீ

பேயிருட்காளி
கண்மூடி நான் காணும்
இருளெல்லாம்
கண் திறந்தே காணவேண்டும்
வழிசெய்

●

கொல்லும் காளி
பார்த்ததுண்டு-தனைக்
கொல்லச்
சொல்லும் காளி
பார்த்ததுண்டோ

சொல்லைப் பிடுங்கி
தன்வசம் சேர்ப்பவள்
செயலைப் பிடுங்குகிறாள்
சேர்த்து வைத்துக் கொள்கிறாள்

சேர்த்த செயலெல்லாம்
செயற்கரிய
பெருவெளியில்
சேர்ந்துவிளை யாடும்படி
மேய்ச்சல்வினை
செய்கிறாள்

ஆதிச்செயல் முதல்
அறுதிச்செயல் வரை
ஜோதியெரிப்பவள்
சொல்வெளிச்சம்
செய்பவள்

கொல்லென்று
சிரிக்கிறாள்
கொல்லச்சொல்லி
அழைக்கிறாள்

ஆடும் பூரணமே
அலைக்கழிக்கும் காரணமே
கொல்லும் சொல்லில்
முளைப்பவளே
கொலைக்களத்தின்
நாயகியே
கொல்லும் நானாகி
கொலைச்செயலும் தானாகி
கொலைப்பொருளும் நீயாகி
கொலையிலக்காய் நிற்பவளே
ஊழிக்காட்டின் கொற்றவையே

●

கருந்துளைக் காளி
காரலங்காரி
வெறுந்துளை
வெப்பங்குவித்து
வெடிப்புறுத்தும்
வெங்கோலி

பீச்சியெறி தீலி
பிளந்த மலைச்சூலி
தேச்சியொரு
தேகம்செய்த
ஊழிக்காட்டின் மாயி

யோனி விரி காலி
யோகநிலை மோகி
ஊனுறிஞ்சி
உயிர் வளர்க்கும்
உத்தமசிங்காரி

●

தெண்டத்துக்குத்
தீ வளர்த்தாய்
தெருத்தெருவாய்
தேரிழுத்தாய்
உண்டசோறு
செரிப்பதற்கு எமை
உருட்டிவிளை யாடுகின்றாய்
கண்டகருமாந்திரத்தையும்
காலமென்று கூட்டிவர
மண்டைபெருத் தாடுதடி
மதிமயங்கச் செய்யுதடி-உன்
அண்டப்புளுகு நாங்கள்
அவசரத்துக்குப்
பெத்துப்போட்டாய்

●

நிற்க இடமில்லை
நின்றாட மேடையில்லை
பேருக்கோ குறைவில்லை
பேய்க்காளி

பேசப்பொருளில்லை
கேட்பதற்கும் யாருமில்லை
தோரணைக்குக் குறைவில்லை
தாண்டவக் காளி

ஓடத்திசை யில்லை
ஒளிந்துகொள்ள முடுக்கில்லை
பீற்றலுக்குக் குறைவில்லை
ஒய்யாரக் காளி

மூச்சை இழுப்பதற்கு-வெளியில்
மூச்சுக் காற்று ஏதுமில்லை
மூச்சை விடுவதற்கு
வெளிப்பரப்பு ஏதுமில்லை
எப்படித்தான் ஓடுதடி
ஏகாங்கி உன் வாழ்க்கை

●

பேய்க்கவி:
குண்டலினியில் நீ
குண்டுவைக்கிறாய்!

பேய்க்காளி:
வெடித்துச் சிதறிக்கொண்டிருப்பதும் நானே
வெடித்து என்னுள் விழுந்து
துடித்துக்கொண்டிருக்கிறாய்
வெடித்தபின் துடிப்பதும் மாயையே
துடிப்பின் உயர்நிலையது
வெடிப்பேயெனின்
வெடித்து பின் துடிப்பதை
என்ன நிலையென்பது?
என்ன நிலை கொள்ளவில்லையென்பது?

பேய்க்கவி:
உன் வெடிப்பு தாங்கவில்லை
உள்மடிப்பு ஆகுதடி
என் மனதைத் தூக்கிக்கொண்டு
வெகுதூரம் போகும் களைப்பில்
உள்வெடிப்பு தோன்றுதடி
உன்மத்தம் ஆகுதடி

●

முடிவின்மை வரை
மட்டுமல்ல
அதற்கப்பாலும்
முன்னாலும்
நடைபோட்டு
நான்
முடியாக் கவியெழுத
அருள்புரிவாய்
காளி

உன் அருட்கோலம்
கைப்பிடித்து
நானெழுதும்
கவியெல்லாம்
நீ
முடியா நடனம்
புரிய
மனம் கொள்வாய்
ஜோதி

உன்
ஆட்டத்தின்
வேகத்தில்
வந்துவிழுந்த
தலைப்பேன்தான்
நான்

என்னுடலின்
நுண்காலால் நடந்து
உனையளக்க
என்ன துணிச்சல்
எனக்கென்று
நீ கேட்கிறாய்

உன் தலையிலிருந்து
தெறித்து
விழுந்த பேனல்லடி
நான்

ஆடும் ஆட்டத்தில்
உன் காலுறிஞ்சிய
விஷமெல்லாம்
மேலேறிக் குவிந்தவுன்
தலைக்கனத்திலிருந்து
தெறித்து விழுந்த
பேனடி நான்

நான் அளப்பது
என் காலால் அல்ல
காலில் ஒட்டிய
உன்
ஒருதுளி
விஷத்தால்
எனும்போது
உன்னிடம்
அச்சம்
எனக்கேனடி
அருள்புரிவாய்
உனையளக்க

●

பத்ரகாளி
படமெடுத்தாடும் தீலி
மிதித்தாடி
நீ சிதைத்தழித்துச்
சென்றதில்
மிச்சமுள்ள
சூனியம்தான் இது
என்ற ஏளனமா உனக்கு

மிஞ்சியது
சூனியம்தான்
ஆனால்
கருக்கொண்ட சூனியம்
அதில் உருக்கொண்டு
மீண்டும் முளைத்து
உன்மீது குதித்தாடியுனை
சிதைத்தழிக்கும்
நீதந்த
என் கவி

●

இப்போதுதா
னுணர்கிறேன்
காளியென்றுனை
அழைத்தால்
நீ குழம்புவது
ஏனென்று

நீ காளியில்லை
காளியின் ஆடிய பாதமெழுதிய
கவிதை
படிந்த
காலவெளி

நான் பார்க்கும்
கணத்தின்
கணச்சாய்வின்
கோணத்தின்
மினுக்கிய
ஒளி

உன்
ஒளியருந்திய
விழிஅனுப்பிய
விரல்நுனித்
தாளம்
தாளில்
படிந்ததைக்
கண்டுகுழம்பியே
காளியென்றுனைக்
கூப்பிட்டேன்
காளிபடுபொருட்சுடரே

●

நீ
நான்
பார்க்குமிடெமெல்லாம்
தன்னடனம் நான் பார்க்க
காளி வைத்த
கண்ணாடி

நேரே பார்த்தால்
எரிந்துவிடுவேனோ
என்று
காளி காட்டிய
கருணை

காலத்தைத்
தூக்கிச் சுமப்பது
போதாதென்று
இப்போது
கண்ணாடித்
தூக்கிச் சுமக்கிறாள்
வேலையில்லா
வெட்டிவினைக்காரி

●

ஆனந்தக் கழிப்பறை
சென்றாள்
அன்னை காளி
அலுங்காத
குலுங்காத
அலங்காரம் கொண்டு

அற்புதத் தாரை
வடிப்பாள்
உள்ளே
அதன் சந்தம்
இடும்தாளம்
அசைவியக்கும் ஊற்று

கதவைத் தள்ளி
வந்த பிள்ளை
கண்ட கோலம்
கொண்ட காலம்
தலைவிரித்து
ஆடும்
தத்ததிங்கின
தத்ததிங்கின
ஆட்டம்

●

துர்கணமோ நற்கணமோ
துயர்கணமோ உயர்கணமோ
அற்புதமோ -உன்- அலங்கோலமோ
அத்தனையும் கவிதைக்குள் வரும்போது
அன்னையின் அருஞ்செயலாய் மாறிவிடும்
அழகென்ன அருளென்ன
அவளின்றி ஒரு கணமும் கழியாத
நிலையென்ன நினைவென்ன

●

ஆடிடும்
ஆட்டம்
அமுது கடை
ஆட்டம்

அழத்தெரியா
பிள்ளைமீது
அப்படியொரு
ஆட்டம்

காலை முலையாக்கி
காலடிப் பிள்ளைக்கு
ஆடித்திரட்டிய அமுதை
அன்னையூட்டும்
கோலமிதை
காலப்பெருங்கூத்தென்றும்
கால்கடுக்கா நடனமென்றும்
ஆளாளுக்குச் சொல்வார்
அப்படியொன்று மில்லை

●

கொல்லும் கவியைக்
கொறிக்கும் விழியைப்
பொரித்தெடுத்து
நானுண்டால்
கொல்லும்
விழியாகுமா
யென் கவி

●

உனக்கேன்
இந்த வேலை
உதட்டுச்சாயமும்
கண்ணப்பிய மையும்
கடைவிரித்த நகையும்

கணக்கற்ற முறை
சொல்லியாயிற்று
காளிவேடம்
வேண்டாமென்று

ஒன்றுக்கும்
உதவாதிந்த ஒப்பனை

பார்
ஒப்பனையற்ற பெருவெளியில்
உலவுபவள்
உனை நடிக்கத்
தொடங்கிவிட்டாள்

காளியைக் கெடுத்த
கடுங்காளி நீ

●

எனக்கும்
வாய்த்திருக்கிறாளே
பொண்டாட்டி
அண்டபஜாரியவள்
அடங்காப்பிடாரியவள்

காபி தாடியென்றால்
இருகை வீசி
எடுத்துவந்து
என்னிடம் நீட்டினால்
வெறுங்கோப்பைதான்
மிஞ்சும்

சரி
இதையாவது
உடைக்காமல்
எடுத்துவந்து
கொடுத்தாளே என்று
ஆசுவாசம் கொள்ள
நினைத்தால்
அடுப்படியில்
பெருவெடிப்பு

அய்யோவென
எனக்கு முன்னே
பதறியோடிப்போய்
என்ன காரியம்
செய்தாள் பாருங்கள்

இருக்கின்ற
துணியெல்லாம்
எடுத்துப் போட்டு
நெருப்பணைக்கப்
பார்க்கிறாள்

நெடுநாள்
இல்லை
நேற்றுத்தான்
ஆச்சு
கல்யாணம்

தலைமேல் காலைத் தூக்கி
ஆடும்
தரங்கெட்ட தறுதலையை
பெண்குலத்தின் பேரழுக்கை
தலைமேல் தூக்கிவைத்துக்
கொண்டாடுகிறாயே
குடும்பத்துக்காகுமாடா
குலம் செழிக்க
வேண்டுமடா
என்றெல்லாம்
என் வீட்டார்
சொல்லித்தான்
பார்த்தார்கள்

எகத்தாளம் பேசினேன்
எனக்கவள்தான் என்றேன்
அவளின்றி
அணுவளவும்
அசையாதென்றேன்

எக்கேடாவது கெட்டுக்
குட்டிச் சுவராகப்
போங்களென்று
வாழ்த்திவிட்டுப் போனார்கள்

வாழ்த்தியவர்கள்
வாய்முகூர்த்தம்
பாருங்கள்
கெட்டு ஆன
குட்டிச் சுவரில்
உட்காரவைத்துவிட்டாள்

அண்டம் சமைப்பவள்
ஆகாசங்கூட்டுபவள்
ஓய்ச்சலொழிச்சலில்லாமல்
வேலையெல்லாம்
பார்ப்பவளென்று
தெண்டத்தரகனன்று
சொன்னதெல்லாம்
கேட்டதற்கு
இன்னும்
எதுவெல்லாமோ வேண்டுமெனக்கு

இத்தோடு தலைமுழுகப்
போகிறேனென்றால்

தண்ணீர்
கொண்டுவருகிறாள்
தலையில் ஊற்றப்
பார்க்கிறாள்

பார்த்த இடத்திலேயே
விட்டுவிடலாம்
என்றால்
பார்க்குமிடமெல்லாம்
அவள் வந்து
நிற்கிறாள்

பாவத்துக்கு
இரங்கிய கதை
இப்போது
பாழாக ஆச்சே

●

ஒற்றைவிதி
ஒளி மேடையில்
கொற்றவை நீ
குழல்விரித்து
ஆடுமுன்
குதியாட்டம்
பற்றவைக்கிறது
பதறவைக்கிறது
சுற்றியுள்ள
சூழ்வெளியெல்லாம்
சுடர்அணைந்த
பாழ்வெளியெல்லாம்

மற்றைவிதி
அண்டமெல்லாம்
வரிசைகட்டி
வாய்பிளந்து
நின்று
உற்று உற்றுப் பார்க்குதடி
உன்மத்தம் வேகுதடி

கற்றைக் குழல் நுனியில்
கோடிகோடி யண்டங்கள்
சுற்றிமுடிந்து
சுழல் நடனம்
செய்பவளே-உன்
நெற்றிவிழு
வியர்வையெல்லாம்
நெடுங்கனலாய்
ஆகுதடி
ஒற்றிஎடுத்துக்கொள்-உன்
ஒளிவிரித்த
கம்பளத்தில்

●

காளீநீ
ஆடும் ஆட்டம்
காலவெளிக்
கம்பளத்தை
வம்புக்கிழுக்கும்
வாரிச்சுருட்டப்
பார்க்கும்
வீசி வெகுதூர
மெறியும்
வெறிச்சவெளி
கானல் செய்யும்

கானல்பட்டுத்
திரும்பிவரும்
உன்னுருவும்
நீயும்
கண்ணுக்குக்
கண்பார்த்தால்
என்ன நினைப்பீர்கள்
நீங்கள்
அண்டப்புளுகி நீயென்று
அதுவும்
ஆகாசப்புளுகி அதுவென்று
நீயும்
நினைத்துக்கொள்ள மாட்டீரோ

●

இப்போதுதான்
கவனித்தேன்
காளி

நாட்கள் ஏழாய்
நீநடனம்
புரிய
நானதைப்
பதிவது
சாம்சங்
அண்டக் கைபேசியிலென்று

எதற்கும்
நீ
சும்மா வைப்பதில்லை பெயர்
காளி
அப்படியே
வைத்திருந்தாலும்
என்றாவது ஒருநாள்
அதற்கொரு பல பற்பல
அர்த்தத்தை
அனுப்பிவைக்கிறாய்
ஆளை ஒருரயிலிலும்
அவர்தம் பொதியை
அடுத்த ரயிலிலும்
அனுப்பி வைப்பது போல

பொதியற்று
வந்தோமே

என்றுணர்ந்தவர்
காத்திருந்து
தன்பொதியைப்
பெறும் நேரம்
காளியுன் களிநடனம்
ஓங்கி உலகளந்து
அடித்தரையைப்
பெயர்க்குமடி

●

இன்றுன் பிள்ளையாய்த்
துயில்கிறேன்
காலையில்
யாராக
எதுவாக
நான் கண்விழிக்க
நீ மனம்கொண்டிருக்கிறாய்
என்பதை நானறியேன்
என் அம்மா

ஒரு மீன்கொத்தியாய்
நாளைநான்
கண்விழிக்கக்
கருணைசெய்

அதன் கூரலகிலொரு
குட்டிப் புழுவைக்
கருணைசெய்

புழுவிழுங்கி
பிள்ளை நான் நீட்டும்
ஒற்றை ஒலிக்குறிப்பாலான
நெடுநீண்ட பாட்டொன்று
உன் படையலாகட்டும்

படையலுண்டு
உன் பிள்ளையெனக்கும்
எண்ணில்லா மீன்கொத்திகளுக்கும்
அவைவாய்ப் புழுக்களுக்கும்
முலைப்பால் பெருக்கு

நின்னருள் ஏற்று
தகிக்கும் தீயில்
பொருள் சிவக்கச் செய்பவளே
அருள்சிவந்து கருத்த
மேனியோளே
என் அம்மா
முலைப்பால்
பெருக்கு

குடிக்கப் பால்தந்து-வையம்
குளிக்கவும் பால்சொரிபவள்நீ

பாலாலான
மேனிகொள் பிள்ளைகளைப்
பெற்றுப்போட
பெருவிருப்புகொண்ட
பேராசைக்காரி
பேரோசைக்காரி
என் அம்மா

முலைப்பால் பெருக்கு
என் அம்மா
முலைப்பால் பெருக்கு

●

அம்பாளுக்கு வயது
எப்போதுமே
பதினாறுதான்
அவளைக் காதலால்தான்
கும்பிட முடியும்

●

ஆத்தாளை
புவியடங்கக் காத்தாளை
ஓங்காரத்தின்
மூத்தாளை
பேரனைத்தும்
பேத்தாளை
கொண்டுபோய்
எல்லாம் தன்களியில்
சேத்தாளை
சேத்த கதியிலிருந்து
செல்வதுயாதும்
பாத்தாளை
பாத்தநொடியின் பரவசத்தை
என்றும் முகத்தில்
காத்தாளை
என்
ஆத்தாளை

●

ஏ பேயே பேயே பேயே
பேய்க்கெல்லாம்
பெரும் பேயே
பேய்ப்பெருங் காற்றே
பேய்ச்சுனையூற்றே
பேயிருள் தீயே
பேய்மனத் தேனே
ஏ பேயே பேயே பேயே
பேய்க்கெல்லாம்
பெரும் பேயே
ஏ தாயே தாயே தாயே
என் தனிப்பெரும் நோயே

●

*குறியடியில்
உன் ஆட்ட மேடை
போட்டது யார்*

*அதுவும் வெட்கங்கெட்டு
நீ ஆடும் ஆட்டத்துக்குக் கூட
மண்டை ஆட்டுது
பார்*

*எந்தத் தாளம்
கேட்டது
என்ன ஆட்டம்
கண்டது*

*அதன் நாவில்
எச்சில் ஊறி
படியிறங்கி
ஏன் கோலம்
போட்டது*

●

காளியுனக்கென்மேல்
ஒருசிறிதும்
கருணையேயில்லையா

உன் கடைக்கண்ணேனும்
பட வேண்டுமென்று
நீ குதித்தாடும் மேடையேறி
உன் காலுக்குக் கீழும்
வந்துவிட்டேன்

எனினும்
உன் குதித்தாட்டத்துக்கு
நீ செய்யும் கருணை
நீ மிதித்தாடும்
எனக்கு செய்யவில்லையே

ஆட்டத்தின் நடுவேயுன்
அரைநொடிப் பார்வைக்காக
மேல்நோக்கித்
தலைதூக்கி
மிதிபடும்
உன் பிள்ளைக் காதலனை
நீ கீழ்க்குனிந்து
கண்கொண்டு
பார்த்தாயில்லை

பார்த்தாயெனில்
உன் பார்வையில்
பட்ட கணமே

பஸ்பமாவேனெனினும்
அந்த பஸ்பத்தின் துகள்
யாவிலும்
துகளின் இதயம்
யாவிலும்
அழியாமல்
என்றும்
எஞ்சுமடி
அந்த
அரைநொடிப் பார்வை

அதற்காகவே
அழிந்துபடுகிறேன் நான்
ஆடடி உன் ஆட்டத்தை
ஆனால்
அதற்கிடையே
பாரடி உன்
பார்வையை

●

காளி
நீ இந்தப் பேரண்டத்தின்
மறிநிலைப் படிமம்*

தானே கழுவிக்கொள்ளும்
முடிவின்மைக்கு
ஒரு எண்
முன்னமைந்த
இந்தப்
பிரதிகளையெல்லாம்
பாரடி

அப்பா
அனந்தகோலம்
ஆகாசக்கோலம்
உன்னலங்கோலம்

ஆனால் என்ன செய்ய
முதற்கோலமும்
முடிவுக் கோலமும்
நீ

●

---

* மறிநிலைப் படிமம் = negative film *(நன்றி: பா. வெங்கடேசன், 'வாராணசி' நாவல்)*

அம்மை
உன் யோனிமேட்டில்
முத்தம் கொடுத்தது யார்
இப்படிப் பெருக்குகிறாயே
உன் யோனிப்புழையில்
உயவுநீரை

நாங்கள்
யாவும் யாதும்
உன்
உயவுநீர்தானெனில்
இப்பேரண்டம்
வெறுமே
உன் உயவுநீர்
விளையாட்டுதானெனில்
யாவுமே
உன் முன்விளையாட்டுக்
கூத்தெனில்
உள்நுழையும் குறியிடம்
உன்புழை
உறிஞ்சியெடுத்துத்
தன்னுள் திரட்டும்
கரு எவ்விதம்
இருக்கும்
அம்மை

கூத்தை நிறுத்திக்கொண்டு
உன் கருவினில்
கவனம் வை
என்னம்மை

கண்ணாலும்
கருத்தாலும்
எம்மால்
காண முடியாதெனினும்
யாமிருந்த இடம் வழியேதான்
பொருளாய்
உள்நுழைந்து
உருத்திரண்டு
அருளாய்
வெளிவரும்
அந்த
பேரற்புதம்
என்ற
ஒரு பெருமை
போதும் அம்மை
என் அம்மை

●

அண்டங்களவாணி
எங்கிருந்து எடுத்துவந்தாய்
என்னை

எடுத்த இடத்தில்
வைத்துவிடடி
என்னை

இல்லாமையின் சூனியம்
எரித்திடுமடி
என்னை

எடுத்த இடத்தின்
சூனியமும்
இருக்கும் இடத்தின்
சூழ்மனமும்
ஒன்றுக்கொன்று
ஏங்குதடி

சூனியம் பிளந்தவளே
அதைச் சுத்தியலால் அடித்தவளே
சுண்டி இழுத்தவளே

எடுத்த இடத்தில்
வைத்துவிடடி
என்னை

தங்கமே
உன் தனியிருப்புத் தாங்கவில்லையடி

கோள்சிதறி வெடிக்குதடி
கொடுந்தீக் கண்ணீயுன்
கனல் பற்றிக்
கொஞ்சத் தீச் சூரியனும்
கருகி மடியுதடி
பெருவிண்மீன் யாவும்
வெடிப்புறத் தெறிக்குதடி
கடுந்தீக் கண்ணீயுன்
கனல் பற்றிக்
கருந்துளை யாவும்
பதறித் தொலையுதடி
தீரா நடுக்கங்கொண்டே
இவ்வண்டம்
மீண்டும் பெருவெடிப்பு செய்து
தன்னுள் போய் ஒளிந்துகொள்ளுதடி

கால் வைக்க இடமின்றி
சுற்றிச் சுற்றி வருகிறாய்
சூனியத்தில்
சுழல்கிறாய்
சூனியத்தைப் போட்டுப்
பானைபோல உடைக்கிறாய்

தங்கமே உன்
தனியிருப்பு தாங்கவில்லையடி

●

அனல்கொங்கை
ஆட்டக்காரி நீ

நீ பிய்த்த
முலையிடத்தில்
பேரண்டம் ஊற்றெடுக்கும்

பிய்த்த முலைகொண்டு
நீ ஏற்கெனவே பிறப்பித்துவிட்ட
அண்டங்களை
எரித்தழிக்கிறாய்

பிய்க்கப் பிய்க்க
அதே ஊற்று
அதே கூத்து

நீ அழிக்கப்போகும்
அண்டத்திலிருந்தும்
வாய்குவித்துத்
துடித்துக் காத்திருக்கும்
ஒரு குழந்தை
நீ பிய்த்த
முலையிலிருந்தும்
பால்குடிக்க

*அதற்குக்
கைமுலை கொண்டு
பாலூட்டு
அம்மை
என்னம்மை*

*பின் எரித்தாலும்
எனக்கேதும்
கவலை இல்லை*

*பிய்த்த முலைக்காரி
அம்மை
என்னம்மை*

*கைமுலையூட்டு
அம்மை
என்னம்மை*

●

காளியவள் களிநடனம்
காட்டி விட்டாள்

ஆழிதனை ஊஞ்சலென
ஆட்டி விட்டாள்

ஊழிமனக் காட்சிதனை
நாட்டி விட்டாள்

பாழிருளைப் படம்பிடித்து
மாட்டி விட்டாள்

●

பார் சிவனே
மீனாளின் குங்குமத்தைத்
தானாள வேண்டுமென்று*
ஏன் விரும்பினான் கண்ணதாசன்
தானும் சிவனாகும்
ஆசையினாலா

இடம்பெயர்ந்த
உன் நெற்றிக்கண்ணின்
குளிர்சிவப்பைப்
பார்த்து
அவனுக்கும்
ஆசை விடவில்லை

உன் நெற்றிக்கண்ணை
ஒரு பொய்கையாக்கி
அதில் குளித்து விளையாடிக்
கரைமீண்ட
மீனாளின்
நெற்றியில் தங்கிவிட்ட
உன் தகிப்பை
அவள் எப்படித்
தன் குங்குமமாக மாற்றிவிட்டாள்
பார்

---

* 'பொன்னூஞ்சல்' திரைப்படத்தில் இடம்பெற்ற 'ஆகாயப் பந்தலிலே' பாடலின் 'மீனாளின் குங்குமத்தை நானாள வேண்டு மம்மா' என்ற கண்ணதாசனின் வரிகள். படத்தில் பெண் பாத்திரம் இந்த வரிகளைப் பாடுவதுபோல் இருந்தாலும் அதை நான் கண்ணதாசனின் குரலாகக் கற்பனைசெய்துகொண்டேன்.

உன் நெற்றியிலிருந்து
அவள் நெற்றிக்குப்
பயணிக்கும் துடிப்பில்
குளிரைத் துரத்தும்
வெம்மையும்
வெம்மையில் குளிக்கும்
குளிரையும்
உள்ளடக்கிய
தீராத விளையாட்டு
திரைபோட்டு
நடக்கிறது

அதுதான்
நீயாடும் அம்பலம்
அவளாடும்
தன்பலம்

சிவனாகும் ஆசையில்
கண்ணதாசனும்
ஆட முயல்கின்றான்
மீனாளின்
குங்குமப் பரப்பென்ற
குளிர்சிவப்பு
மேடையில்

அம்மை தன்
மேடையெறிந்து
அதைச் சூரியனாக்கிவிடுவாள்
தாங்க மாட்டான்
கண்ணதாசன்

அவள் குங்குமமென்பது
அவன் ஒட்டிக்கொண்ட

நெற்றிக்கண்ணோடு
ஆடும் பரப்பல்ல

உன்னைப் போல
வெம்மையை வீசிக்கொண்டு
யாரும் அணுக முடியாத
நெற்றிக்கண் வாசல்
கொண்டதுமல்ல
அவளுடையது

உற்றுப்பார் உள்ளே
அது அவள் இதயத்துக்குப்
போகும் வழி

அவள் இதயத்துக்குப்
போகும் வழிக்கு
உன் இதழால்தான்
ஆட்டமிட வேண்டும்

ஆட்டம் தொடங்கியும்கூட
எத்தனையெத்தனை
இதழ்களை எரித்த
குளிர்சிவப்புக் குங்குமம் அது

தமிழால் ஆடுகின்றான் சிவனே
கண்ணதாசன்
தாங்குவானா

நான் பார்க்க வேண்டும்
ஆடட்டும் அவன்

●

முன்னாதியில்
உட்கார்ந்துகொண்டு
எப்படியோ
நீ தொடங்கிவிட்ட
இவ்வண்டத்தினுள்
குறுக்கும் நெடுக்குமாய்த்
திரியும்
என்னைப் பார்ப்பதெப்படி
அதுவும் கண்ணுக்குக் கண்
நேராய்

இது எப்படி
இருக்கிறது தெரியுமா
தூங்கிக்கொண்டிருப்பவனுக்குப்
பக்கத்தில்
உட்கார்ந்துகொண்டு
தூங்குபவனின்
கனவைப் பார்ப்பதுபோல

அந்தக் கனவில் வரும்
ஒருத்தனைக்
கண்ணுக்குக் கண்
நேராய்ப் பார்ப்பதுபோல

அதுகூடப் பரவாயில்லை
கனவில் வரும் ஒருத்தன்
வெளியில்
இருக்கும் ஒருத்தனாய்
ஆகிவிடுவதுதான்
காலக்கொடுமை

பார்த்த சுடரே
உன் கண்ணில் படமெடுத்தாடும்
நிழலுக்கு
என் பெயர் இடு
இடு

உன் ரத்தின அருளின்
புத்தொளியால்
என்னை
முத்தமெனத் தொடு
தொடு

வேர்த்துவரும்
உன் வெளிச்சத்தில்
பூத்துவரும் பூவெடுத்து
என் கையில் கொடு
கொடு

உன் நச்சரவின்
கடிதட அல்குலில்
நான் நடைபழகக்
கதவைத் திறந்துவிடு
விடு